સોનાની ખાણ

A Goldmine

English-Gujarati

Kris Kundan

Kundan, Kris
A Goldmine
Dual language children's book

© Star Publishers Distributors
   ISBN: 81-7650-084-4

Published in India for
STAR BOOKS
55, Warren Street,
London WIT 5NW (UK)
Email: indbooks@spduk.fsnet.co.uk

by
Star Publishers Distributors
New Delhi 110002 (India)

Peacock Series
First Edition: 2004

Editor: Manju Gupta
Gujarati Translation by : Bhagyendra Patel
Designing by: Ani Das
Printed at: Everest Press

One sunny afternoon, a farmer called his two sons, Mickey and Dickey, and said, "Sons, now that I'm too old to work, why don't you two look after the farm?"

એક દિવસ ઢળતી સાંજે એક ખેડૂતે તેના બંને પુત્રો મિકી અને ડિકીને બોલાવ્યા અને કહ્યું, "જુઓ દીકરાઓ, હવે હું ઘરડો થઈ ગયો છું. એટલે હવે હું ખેતરમાં બરાબર કામ કરી શકતો નથી. હવે તમે ખેતી સંભાળો."

"This farm is a goldmine. The more you will dig, the more gold you will find."

"આ ખેતર તો સોનાની ખાણ છે. તમે આને આખેઆખું ખોદી વળશો તો તમને વધારે ને વધારે સોનું મળશે."

"Now that the harvest is over, go and dig the field for sowing the next crop of wheat."

"હવે લણણીની મોસમ વીતી ગઈ છે. જાઓ અને ઘઉંના બીજા પાકના વાવેતર પહેલાં ખેતરને ખોદી વળો.''

Mickey and Dickey smiled and their eyes glinted with excitement at the thought of finding gold.

મિકી અને ડિકી તો ખુશ ખુશ થઈ ગયા. સોનું મળવાની વાતથી જ બંનેની આંખો રોમાંચથી ચમકવા લાગી.

The next morning they got up early and
went to dig the field.
બીજા દિવસે સવારે તેઓ વહેલા ઊઠી ગયા. અને ખેતર ખોદવા નીકળી પડયા.

Patch after patch of the field they dug daily, but failed to find any gold.

તેઓ ખેતરનો એકેએક ખૂણો ખોદી વળ્યા. તેઓ રોજેરોજ ખેતર ખોદતા રહ્યા. પરંતુ તેમને ક્યાંય સોનું મળ્યું નહિ.

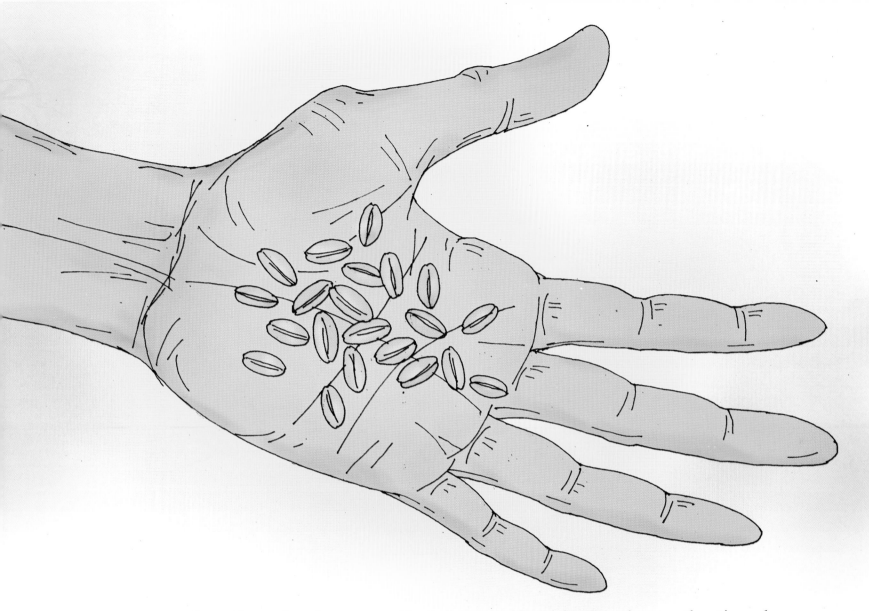

One day, the farmer called them and said, "My boys, the time has come to sow the seeds so that we can get a good crop of wheat in spring."

એક દિવસે ખેડૂતે બેઉને બોલાવ્યા અને કહ્યું, "મારા દીકરાઓ, વાવણી કરવાનો સમય થઈ ગયો છે. ચાલો ઘઉંનાં બીજ વાવી દઈએ. જેથી કરીને આપણે વસંત ઋતુમાં સારો પાક લઈ શકીએ."

So Mickey and Dickey went and dug the field and sowed the seeds.

તેથી મિકી અને ડિકી ખેતરમાં જઈ ખેડવા લાગ્યા. અને પછી તેમણે બીજની વાવણી કરી.

When winter came, they found their field full of lush green wheat stalks.

વસંત ઋતુ આવી. તેમના ખેતરમાં ઘઉંનો લીલોછમ પાક લહેરાઈ રહ્યો હતો.

A few months later, the wheat ripened in the summer sun.

થોડાક મહિના પછી ઉનાળાના તપતા સૂરજથી તેમનો પાક બરાબરનો તૈયાર થઈ ગયો હતો.

The farmer called his sons and said, "Sons, go out to the field as time has come for harvesting the crop."

ખેડૂતે તેના પુત્રોને બોલાવ્યા અને કહ્યું, "દીકરાઓ, પાકની લણણી કરવાનો સમય થઈ ગયો છે, માટે હવે તમે ખેતરે જાઓ."

Both Mickey and Dickey harvested the crop and
found that they had gathered a large yield of wheat.

મિકી અને ડિકી બંને જણાએ મળીને પાકની કાપણી અને લણણી
કરી. સરસ મજાના ઘઉંના દાણાથી તેમનું આખું ખળું ભરાઈ ગયું હતું.

They stored as much as they needed in the farmyard, and went to sell the rest in the market.

તેમણે પોતાની જરૂરિયાત જેટલા ઘઉં ખળામાં રહેવા દીધા અને બાકીના ઘઉંને લઈને તેઓ બજારમાં વેચવા માટે ગયા.

They returned home at night with their pockets bulging with coins.

રાત્રે જ્યારે તેઓ ઘેર પાછા આવ્યા તો તેમનાં ગજવાં રૂપિયા–પૈસાના સિક્કાઓથી ભરેલાં તર હતાં.

With every passing year, they dug a greater and greater part of the field to grow more and more crop.

પછી તો દર વર્ષે તેઓ વધુ ને વધુ પાક ઉગાડવા માટે ખેતરનો વધુમાં વધુ ભાગ બરાબર સારી રીતે ખેડવા લાગ્યા.

With every greater yield of their crop, their coins grew in number.

વરસોવરસ પછી તો ખેતરના વિશાળ ભાગમાં પાક વધતો ગયો અને સાથોસાથ તેમની પૈસાની આવક પણ પુષ્કળ રીતે વધવા લાગી.

One day the farmer called his sons to his bedside and said, "Now the time has come for me to leave this world."

એક દિવસ ખેડૂતે તેના બંને પુત્રોને પોતાના ખાટલા નજીક બોલાવ્યા અને કહ્યું, ''મારે હવે આ દુનિયા છોડીને જવાનો વખત આવી ગયો છે.''

"Sons, I'm happy with you as you have followed my advice."

''દીકરાઓ, હું તમારાથી બહુ ખુશ છું કે તમે બંનેએ મારી સલાહ માની અને તે પ્રમાણે કર્યું.''

"Now I can die in peace because you have learnt that the more labour you put in, the greater are your gains."

"હવે હું શાંતિથી મરી શકીશ. કારણ કે તમે હવે શીખી લીધું છે કે જેમ તમે વધુ મહેનત કરશો તેમ તેમ તમને તેનું વધુ ને વધુ ફળ મળશે."

"I hope you have understood why I called this farm a 'goldmine'."

"હું આશા રાખું છું કે તમે હવે સમજી ગયા છો કે આ
ખેતરને મેં સોનાની ખાણ' શા માટે કહ્યું હતું."

22

Mickey and Dickey left the room happily.

મિકી અને ડિકી ખુશખુશાલ થતા ઓરડામાંથી બહાર નીકળ્યા.

They were happy at receiving not only the golden wheat field but also the advice as precious as a goldmine.

તેઓ માત્ર સોના જેવું ઘઉંનું ખેતર મેળવીને જ ખુશ નહોતા પરંતુ તેમને સોનાની ખાણ જેવી સુંદર સલાહ પણ મળી હતી એ વાતની પણ અપાર ખુશી હતી.